trường học - sukuu   2
du lịch - akwantuo   5
vận chuyển - akɔneabadie   8
thành phố - kuro kɛseɛ   10
phong cảnh - mmɔnten so asiesie   14
khách sạn - adidibea   17
siêu thị - sotɔɔpɔn   20
thức uống - nsa   22
thức ăn - aduane   23
nông trại - afuo   27
nhà - efie   31
phòng khách - asaso   33
bếp - mukaase   35
phòng tắm - adwareɛ   38
phòng trẻ em - nkwadaa dan mu   42
y phục - ntaadeɛ   44
văn phòng - asoeɛ   49
kinh tế - ɔman sikasɛm   51
nghề nghiệp - nwuma ahodoɔ   53
dụng cụ - anwenade   56
nhạc cụ - nneɛma a yɛde bɔ nwom   57
vườn bách thú - zoo   59
thể thao - agokansie   62
các hoạt động - nwumadie   63
gia đình - abusua   67
cơ thể - nipadua   68
bệnh viện - ayaresabea   72
cấp cứu - putupru   76
trái đất - Ewiase   77
đồng hồ - klɔko   79
tuần lễ - nnawɔtwe   80
năm - afe   81
hình dạng - abosuo   83
màu sắc - ahosoɔ   84
đối lập - abirabɔ   85
con số - nɔma   88
các ngôn ngữ - kasa ahodoɔ   90
ai / cái gì / như thế nào - hwan / deɛ bɛn / ɛyɛ deɛn   91
ở đâu - ɛhen   92

Impressum
Verlag: BABADADA GmbH, Nedderfeld 112 , 22529 Hamburg
Geschäftsführer / Verlagsleitung: Harald Hof
Druck: Books on Demand GmbH, In de Tarpen 42, 22848 Norderstedt

Imprint
Publisher: BABADADA GmbH, Nedderfeld 112 , 22529 Hamburg, Germany
Managing Director / Publishing direction: Harald Hof
Print: Books on Demand GmbH, In de Tarpen 42, 22848 Norderstedt, Germany

trường học
sukuu

phòng học
sukuudanmu

chia
kyemu

186/2

bảng viết
twerɛ pono

sân trường
sukuu mu

giáo viên
kyerɛkyerɛni

giấy
krataa

viết
twerɛ

cây bút
pɛn

bàn làm việc
ɛpono a yɛyɛ so adwuma

cây thước
rula

sách
nwoma

học sinh
sukuuni

cặp đeo vai học sinh

baage

hộp đựng bút

twerɛdua konko

bút chì

twerɛdua

cái gọt bút chì

deɛ yɛde sensen twerɛdua
ano

cục tẩy

rɔba

tập giấy vẽ

krataa a yɛdwi adeguso

bản vẽ

adedwie

cọ vẽ

penti brɔhye

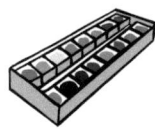

hộp mực vẽ

penti adaka

cây kéo

apasoɔ

keo dán

aman

sách bài tập

nwoma a yɛyɛ mu adwuma

bài tập ở nhà

efie adwuma

12

số

nɔma

2+2

cộng

kabom

5-2

trừ

te fri mu

2×2

nhân

mmɔho

tính toán

sese

A

chữ cái

lɛtɛ

ABCDEFG HIJKLMN OPQRSTU VWXYZ

bảng chữ cái

ntwerɛeɛ

từ

asɛmfua

văn bản

ntwerɛdeɛ

đọc

kenkan

phấn viết

kyɔk

bài học

adesua

sổ lớp

twerɛ wo din

thi kiểm tra

nsɔhwɛ

chứng chỉ

abodinkrataa

đồng phục học sinh

sukuu ataadeɛ

giáo dục

adesua

từ điển bách khoa

nyansa nwoma

đại học

suapɔn

kính hiển vi

maakroskop

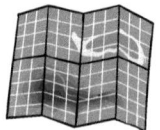

bản đồ

map

thùng rác giấy

kɛntɛn a yɛde krataa nwura
gu mu

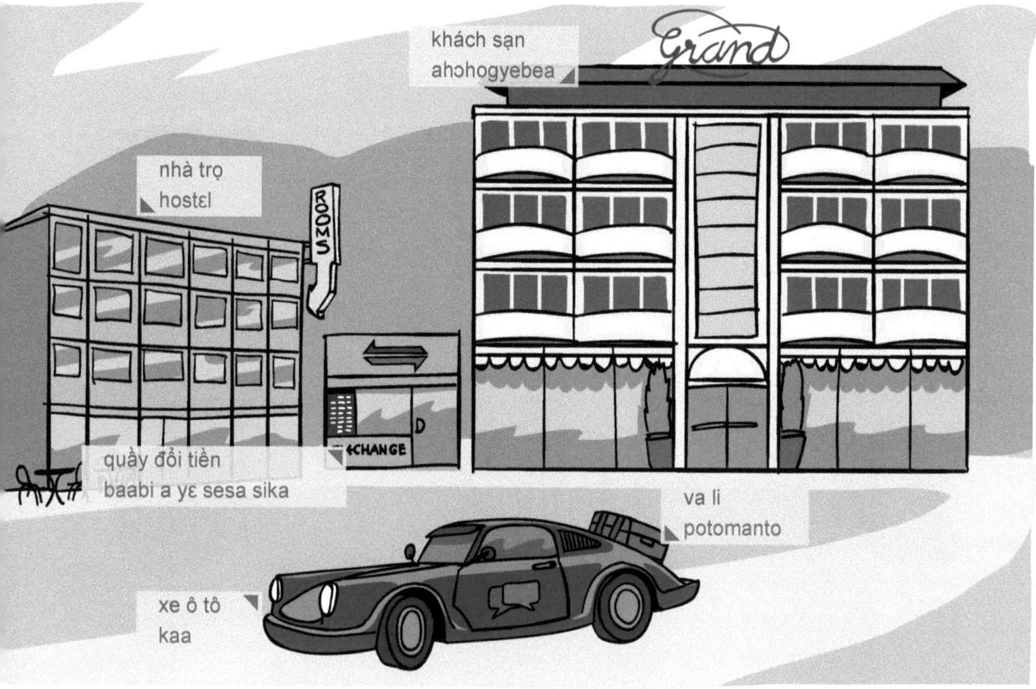

khách sạn
ahɔhogyebea
Grand
nhà trọ
hostɛl
ROOMS
quầy đổi tiền
baabi a yɛ sesa sika
va li
potomanto
xe ô tô
kaa

ngôn ngữ

kasa

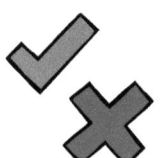

có / không

aane / dabi

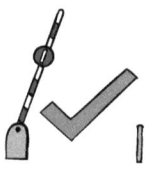

ô kê

Yoo

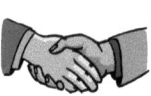

Xin chào

hɛlo

thông dịch viên

kasa asekyerɛfoɔ

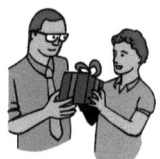

cám ơn

Medaase

... bao nhiêu tiều?

...bɔɔ yɛ sɛn?

tôi không hiểu

Me nte aseɛ

vấn đề

ɔhaw

Xin chào! (buổi tối)

Maadwo!

xin chào! (buổi sáng)

Maakye!

chúc ngủ ngon!

Dayie!

tạm biệt

baibai o

hướng đi

akwankyerɛ

hành lý

wo nneɛma

túi xách

bɔtɔ

túi ba lô

akyirebɔtɔ

khách

ɔhɔhoɔ

phòng

danmu

túi ngủ

bɔtɔ a yɛda mu

lều

ntomadan

thông tin du lịch

nsɛm dema wɔn a wɔkɔ
nsrahwɛ

bãi biển

mpoano

thẻ tín dụng

kaade a yɛde yi sika

ăn sáng

anɔpa aduane

ăn trưa

awua aduane

ăn tối

anwumerɛ aduane

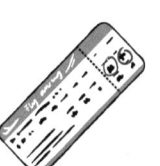

vé xe

tiket

thang máy

pegya

tem bưu điện

stamp

biên giới

ɛhyeɛ so

hải quan

kutɔmfoɔ

đại sứ quán

embasi

thị thực

visa

hộ chiếu

passpɔt

vận chuyển
akɔneabadie

máy bay
ewiemhyɛn

tàu thủy
suhyɛn

xe cứu hỏa
afidie no so engine

xe buýt
bɔs

xe tải
lɔre

...y
...maa a moto bɔ ho

xe đạp
sakre

xe ô tô
kaa

phà

hyɛma

xuồng

suhyɛn kumaa

xe máy

motosakre

xe cảnh sát

polisifoɔ kaa

xe đua

kaa a ɛkɔ mirika akansie

xe cho thuê

kaa a yɛde ma ahan

dịch vụ thuê xe tự lái

wɔre kyɛ kaa

xe kéo cứu hộ

lɔre a asɛeɛ

xe rác

bɔɔla kaa

động cơ

moto

xăng

pɛtro

trạm xăng

baabi a yɛbu pɛtro

biển báo giao thông

trafik ahyɛnsodeɛ

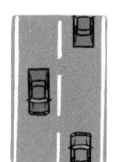

giao thông

trafik

ách tắc giao thông

trafik akye

bãi đậu xe

baabi a yɛde kaa esi

nhà ga

keteke gyinabea

đường ray

keteke kwan

xe lửa

keteke

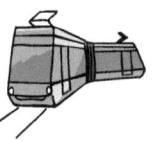

tàu điện

tram

toa xe

ponkɔ kaa

máy bay trực thăng

helikopta

sân bay

ewiemhyɛnbea

tháp

abansoro

hành khách

apasingyani

côngtenơ

tontowa

thùng các-tông

adaka

xe đẩy

kaate

cái giỏ

kɛntɛn

cất cánh / hạ cánh

atu / asi fam

thành phố

kuro kɛseɛ

làng

akurase

trung tâm thành phố

kuro dwaberɛ mu

nhà

efie

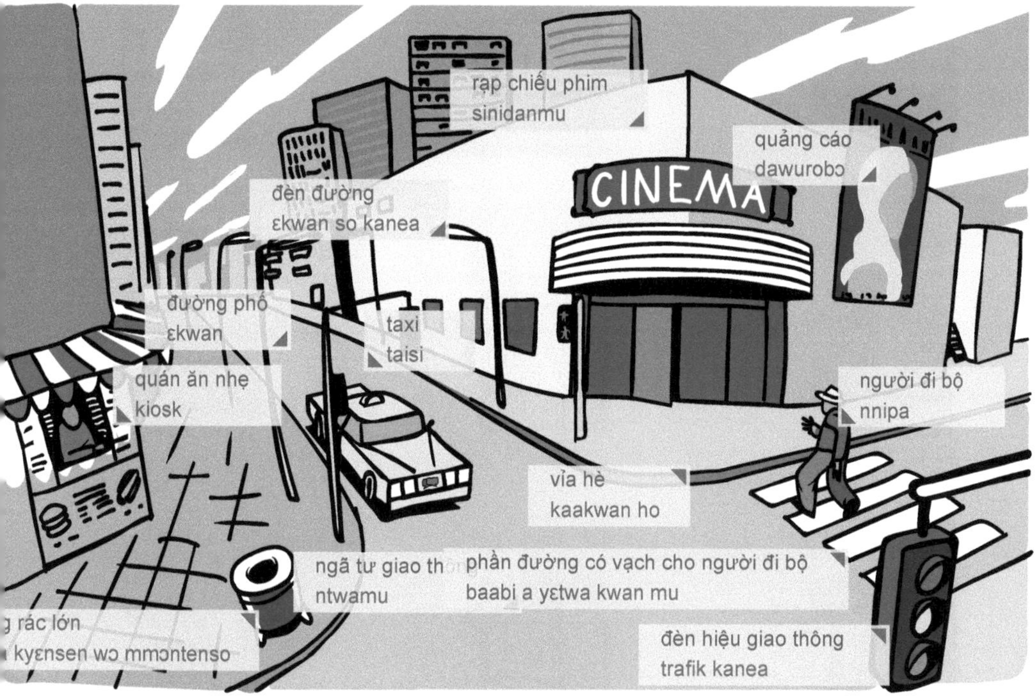

rạp chiếu phim
sinidanmu

quảng cáo
dawurobɔ

đèn đường
ɛkwan so kanea

đường phố
ɛkwan

taxi
taisi

quán ăn nhẹ
kiosk

người đi bộ
nnipa

vỉa hè
kaakwan ho

ngã tư giao th
ntwamu

phần đường có vạch cho người đi bộ
baabi a yɛtwa kwan mu

g rác lớn
kyɛnsen wɔ mmɔntenso

đèn hiệu giao thông
trafik kanea

nhà chòi
apata

căn hộ
efie

nhà ga
keteke gyinabea

tòa thị chính
adwaberɛm

viện bảo tàng
bea a yɛ kora tete nneɛma

trường học
sukuu

đại học

suapɔn

ngân hàng

sikakrobea

bệnh viện

ayaresabea

khách sạn

ahɔhogyebea

hiệu thuốc

famasi

văn phòng

asoeɛ

hiệu sách

sotɔɔ a wɔtɔn nwoma

cửa hiệu

sotɔɔ

cửa hiệu bán hoa

baabi yɛtɔn nhwiren

siêu thị

sotɔɔpɔn

chợ

edwam

cửa hàng bách hóa

sotɔɔ kɛseɛ

người bán cá

baabi a yɛtɔn mpataa

trung tâm mua bán

dwadibea kɛseɛ

bến cảng

suhyɛn gyinabea

công viên

baabi kaa gyina

ghế băng

bɛnkye

cầu

ɛtwene

cầu thang

atwedeɛ

tàu điện ngầm

asaase ase

đường hầm

ɛbɔn

trạm xe buýt

baabi a bɔs gyina

quán bar

nsanombea

khách sạn

adidibea

hòm thư công cộng

lɛta adaka

bảng hiệu đường

ɛkwan so akwankyerɛ

đồng hồ đậu xe

baabi kaa gyina ho mita

vườn bách thú

zoo

bể bơi

nsuo a yɛ dware mu

nhà thờ Hồi giáo

nkramodan

nông trại
afuo

ô nhiễm môi trường
deɛ egu mmɔnten so fi

nghĩa trang
asieɛ

nhà thờ
asɔre

sân chơi
agodibea

ngôi đền
asɔre dan

phong cảnh
mmɔnten so asiesie

lá cây
ahaban

bảng chỉ đường
sanbɔd

lối đi
kwan

bãi cỏ
asaase a ɛsere wɔ so

hòn đá
boba

người đi bộ đường dài
ɔnantefoɔ

cây
dua

sông
asubɔnten

cỏ
ɛserɛ

bông hoa
nhwiren

thung lũng

amenamu

đồi

bepɔ

hồ nước

tadeɛ

rừng

kwaeɛ

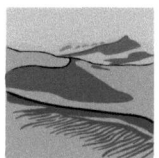

sa mạc

ɛserɛ so

núi lửa

egya a efri botan mu

lâu đài

abankɛseɛ

cầu vồng

nyankontɔn

nấm

emere

cây cọ

abɛtene

con muỗi

ntomntom

con ruồi

tu

con kiến

ntɛtea

con ong

wowa

con nhện

ananse

phong cảnh - mmɔnten so asiesie   15

bọ cánh cứng

amankuo

con ếch

apɔnkyerɛni

con sóc

opuro

con nhím

apɛsɛ

con thỏ

adanko

con cú

patuo

con chim

anomaa

thiên nga

nsuo mu dabodabo

heo rừng

kɔkɔte

con hươu

adoa

nai sừng tấm

ɔtweenini

đê

dam

tuabin gió

wind turbine afidie

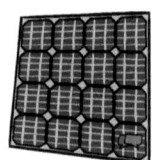

tấm năng lượng mặt trời

afidie a ɛkye awia

khí hậu

wiem nsakraeɛ

khách sạn
adidibea

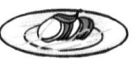

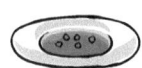

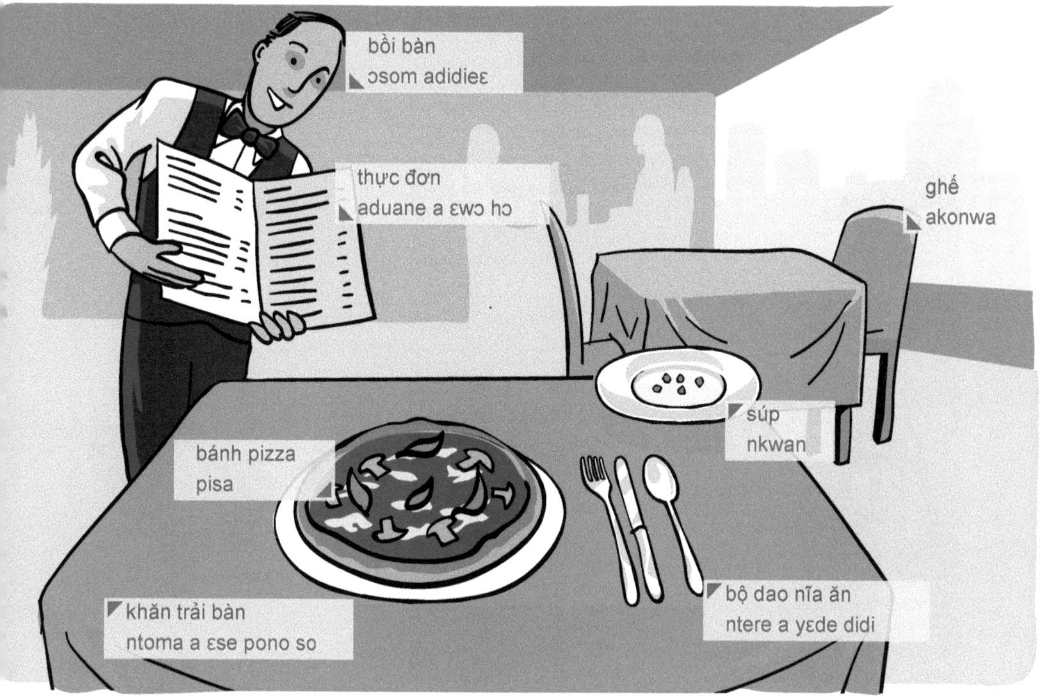

bồi bàn
ɔsom adidieɛ
thực đơn
aduane a ɛwɔ hɔ
ghế
akonwa
súp
nkwan
bánh pizza
pisa
khăn trải bàn
ntoma a ɛse pono so
bộ dao nĩa ăn
ntere a yɛde didi

món ăn khai vị

mprampra anom

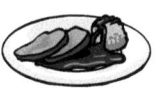

món ăn chính

aduane no ankasa

món tráng miệng

mpa anom

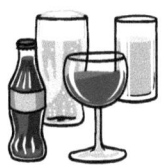

thức uống

nsa

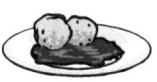

thức ăn

aduane

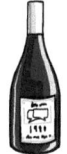

cái chai

toa

thức ăn nhanh

aduane hyewhyew

thức ăn đường phố

abɔnten so aduane

ấm trà

tii kukuo

hộp đường

asikyire konko

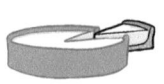

khẩu phần

wo kyɛfa

máy pha espresso

espresso afidie

ghế cao

akonwa tenten

hóa đơn

wo ka

khay

apanpan

dao

sekan

nĩa

adinam

thìa

atere

thìa uống trà

atere ketewa

khăn ăn

napkin a yɛde pepa ano

cốc thủy tinh

glase

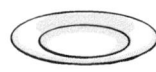

đĩa
prɛte

đĩa súp
kwan kyɛnsee

đĩa lót cốc
prɛte ketewa

nước sốt
abomu

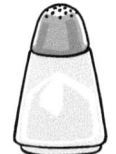

lọ muối
nkyene kukuo

cái xay tiêu
yɛde yam mako

giấm
fenega

dầu
anwa

gia vị
aduhwam

nước xốt cà chua
kɛkyɔp

tương hạt cải
mustad

nước sốt mayonnaise
mayones

siêu thị
sotɔɔpɔn

chào giá đặc biệt
ntesoɔ soronko
FOR
khách hàng
adetɔfoɔ
sản phẩm từ sữa
nanatwie nufusuo
trái cây
aduaba
xe đẩy mua sắm
hwiili

BUTCHERS

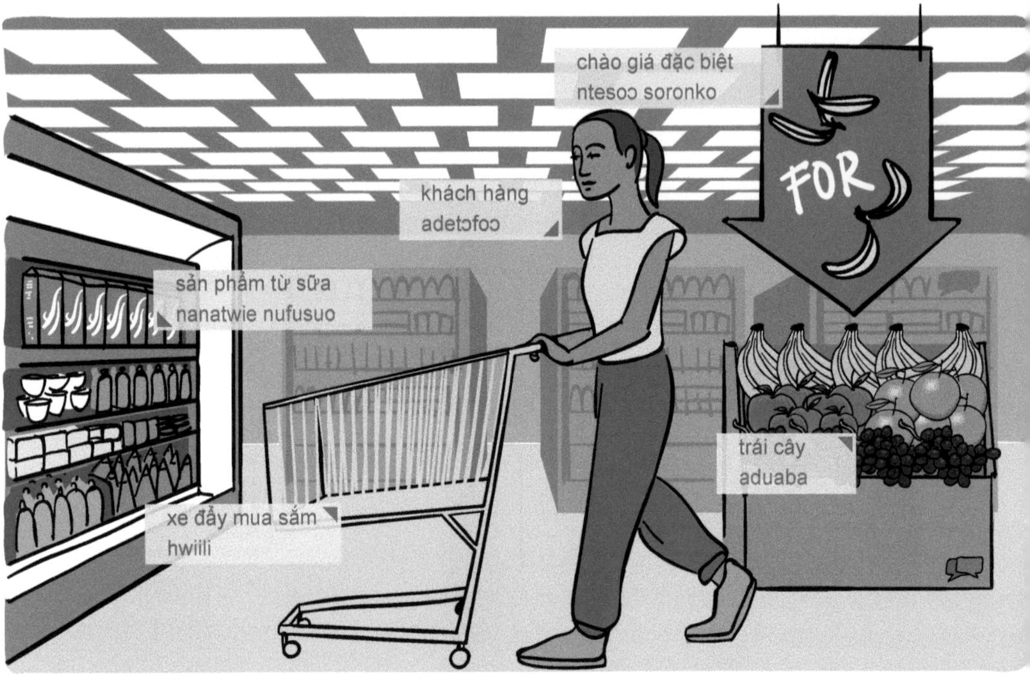

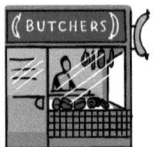

lò mổ

baabi a yɛtɔn nam

BAKERY

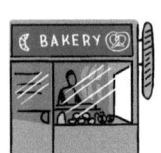

cửa hiệu bán bánh mì

baabi a yɛtɔn paano

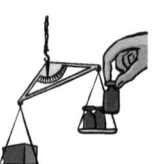

cân nặng

susu

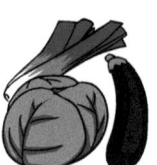

rau quả

atosodeɛ

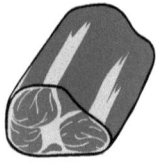

thịt

nam

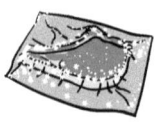

thức ăn đông lạnh

frigyemu aduane

lát thịt nguội

nam a adwɔɔ

đồ hộp

kyɛnsee mu aduane

bột giặt

paoda samena

đồ ngọt

adedɔkɔdɔkɔ

sản phẩm dùng trong gia đình

efie nneɛma

chất tẩy rửa

adetɔneɛ a yɛde pepa fin

người bán hàng

nnipa a ɔtɔn adeɛ

quầy trả tiền

afidie a egye sika

nhân viên thu ngân

ɔgyegye sika

danh sách mua sắm

krataa a wodi rekɔ di dwa

giờ mở cửa

berɛ a wɔde bua

ví tiền

sikabotɔ

thẻ tín dụng

kaade a yɛde yi sika

túi đeo

baage

túi ny lông

rɔba baage

nước

nsuo

nước quả ép

aduaba mu nsuo

sữa

nufusuo

coca-cola

kok

rượu vang

wain nsa

bia

biya

cồn

mmorosa

cacao

kokoo

trà

tii

cà phê

kofe

espresso

espresso

cappuccino

kapukyino

chuối

kwadu

quả táo

apol

quả cam

ankaa

dưa hấu

melon

chanh

akutoɔ

cà rốt

karɔt

tỏi

garlik

tre

pampro

củ hành

gyeene

nấm

mmere

hạt dẻ

nkateɛ

mì

talia

mì spaghetti

spageti

cơm

ɛmo

xà lách

salad

khoai tây chiên

kyipis

khoai tây chiên

abrɔdwomaa a y'akye

bánh pizza

pisa

bánh hamburger

hambɔga

bánh mì sandwich

sanwekye

thịt côtlet

nam a dompe nnim

thịt giăm bông

preko nam

xúc xích

nam a y'ahata

dồi

sɔsege

gà

akokɔ

rán

toto

cá

apataa

cháo yến mạch

oosu koko

cháo muesli

muesli

bánh bột ngô nướng

konflese

bột mì

esam

bánh sừng bò

krossant

bánh mì

paano a y'abobɔ

bánh mì

paano

bánh mì nướng

paano a y'atoto

bánh bích quy

biskete

bơ

bɔta

sữa đông

nufusuo a ada

bánh ngọt

keeke

trứng

kosua

trứng rán

kosua a y'akyeɛ

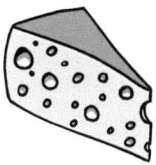

pho mát

kyiis

kem

asskrim

đường

asikyire

mật ong

ɛwoɔ

mứt

gyaam

kem nougat

kyokolete

cà ri

kɔri

nông trại
afuo

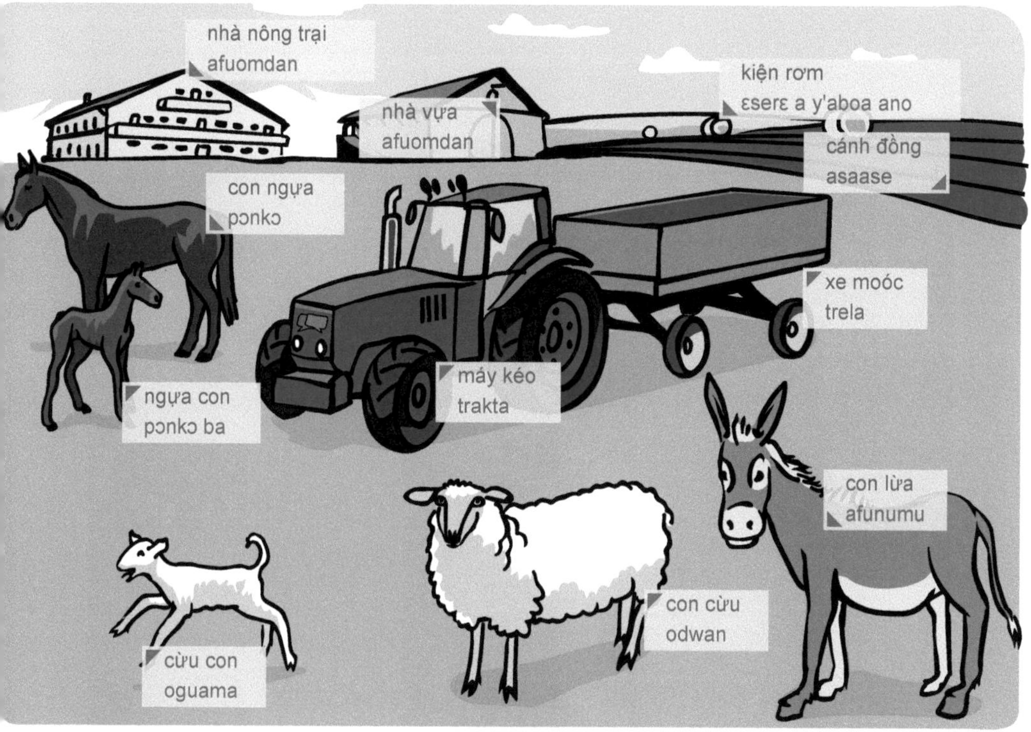
nhà nông trại
afuomdan
nhà vựa
afuomdan
kiện rơm
ɛserɛ a y'aboa ano
cánh đồng
asaase
con ngựa
pɔnkɔ
xe moóc
trela
máy kéo
trakta
ngựa con
pɔnkɔ ba
con lừa
afunumu
con cừu
odwan
cừu con
oguama

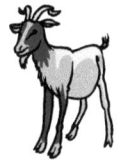

con dê

apɔnkye

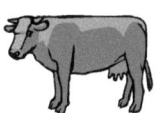

con bò

nantwie

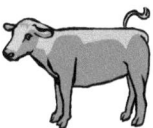

con bê

nantwie ba

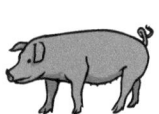

con lợn

prɛko

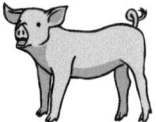

lợn con

prɛko ba

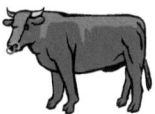

bò đực

nantwinini

con ngỗng
dabodabo nua

con vịt
dabodabo

gà con
akokɔba

gà mái
akokɔbedeɛ

gà trống
akokɔnini

con chuột
kusie

mèo
ɔkra

chuột nhắt
akura

bò đực
nantwinini

con chó
kraman

nhà chuồng chó
kraman buo

ống tưới vườn cây
afuom drobɛn

thùng tưới cây
tontora a yɛde gu nsuo

lưỡi hái
sekan a yɛde twa aburo

cái cày
funtum dadeɛ

cái liềm

kɔntɔnkrɔ

cái cuốc

asɔ

cái chĩa

afuom adinam

cái rìu

akuma

xe cút kít

hweebaro

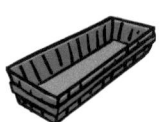

máng ăn

adidika

lọ sữa

nufusuo konko

bao tải

bɔtɔ

hàng rào

ɛban

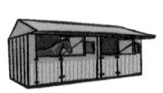

chuồng

pɔnkɔ dan

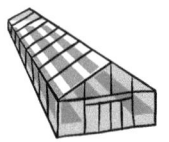

nhà kính trồng cây

ntomadan a yɛyɛ mu afuo

đất trồng

anwea

hạt giống

aba

phân bón

ɔyɛ asaaseyie

máy gặt đập liên hợp

otwaberɛ trakta

thu hoạch

twa

mùa thu hoạch

otwaberɛ

khoai lang

bayerɛ

lúa mì

ayuo

đậu nành

soya

khoai tây

abrɔdwomaa

ngô

aburo

hạt cải dầu

repu aba

cây ăn trái

dua a ɛso aba

sắn

bankye

ngũ cốc

aburo asefoɔ

nhà

efie

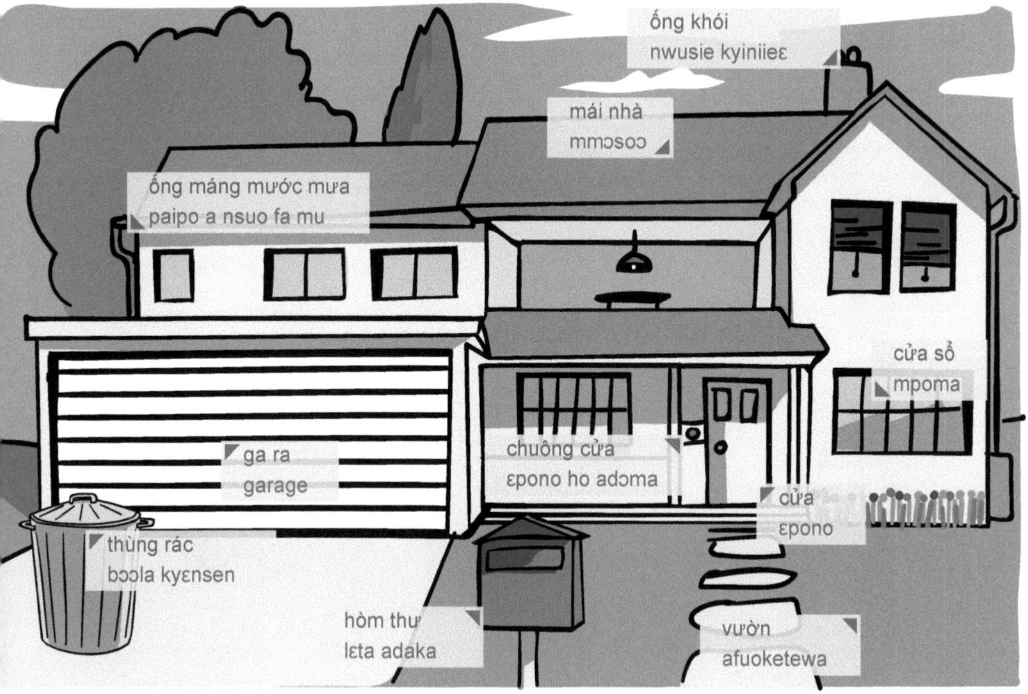

ống khói
nwusie kyiniieɛ
mái nhà
mmɔsoɔ
ống máng mước mưa
paipo a nsuo fa mu
cửa sổ
mpoma
ga ra
garage
chuông cửa
ɛpono ho adɔma
cửa
ɛpono
thùng rác
bɔɔla kyɛnsen
hòm thư
lɛta adaka
vườn
afuoketewa

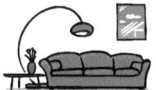

phòng khách

asaso

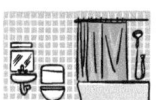

phòng tắm

adwareɛ

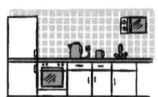

bếp

mukaase

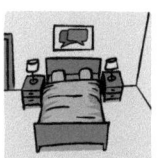

phòng ngủ

pie mu

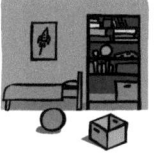

phòng trẻ em

nkwadaa dan mu

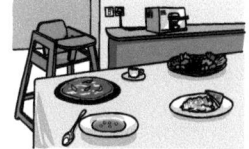

phòng ăn

dan a yɛdidi mu

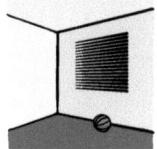

nền nhà

εfam

tường

εban

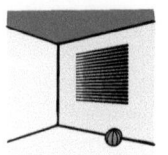

trần nhà

abruuso

tầng hầm

danbloo

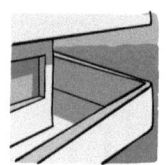

tắm hơi

adwereε a εbɔ ɔhyew

ban công

abranaa

sân hiên

abranaaso

bể bơi

nsuo a yεdware mu

máy cắt cỏ

afidie a yεde dɔ

khăn trải giường

nsεfam

khăn trải giường

ntoma a εse kεtε so

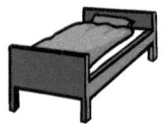

giường

mpa

chổi

ɕrayε

cái xô

bokiti

công tắc điện

dane

phòng khách
asaso

giấy dán tường
kratаa a ɛfam dan ho
hình ảnh
nfonin
đèn
kanea
cái kệ
kɔbɔd
tủ
kɔbɔd adaka
ti vi
tiivi
lò sưởi
egya dabrɛ
bông hoa
nhwiren
gối
kuhyɛn
ghế sofa
akonwa kɛseɛ
bình hoa
kukuo a nhwiren hye mu
điều khiển từ xa
remote

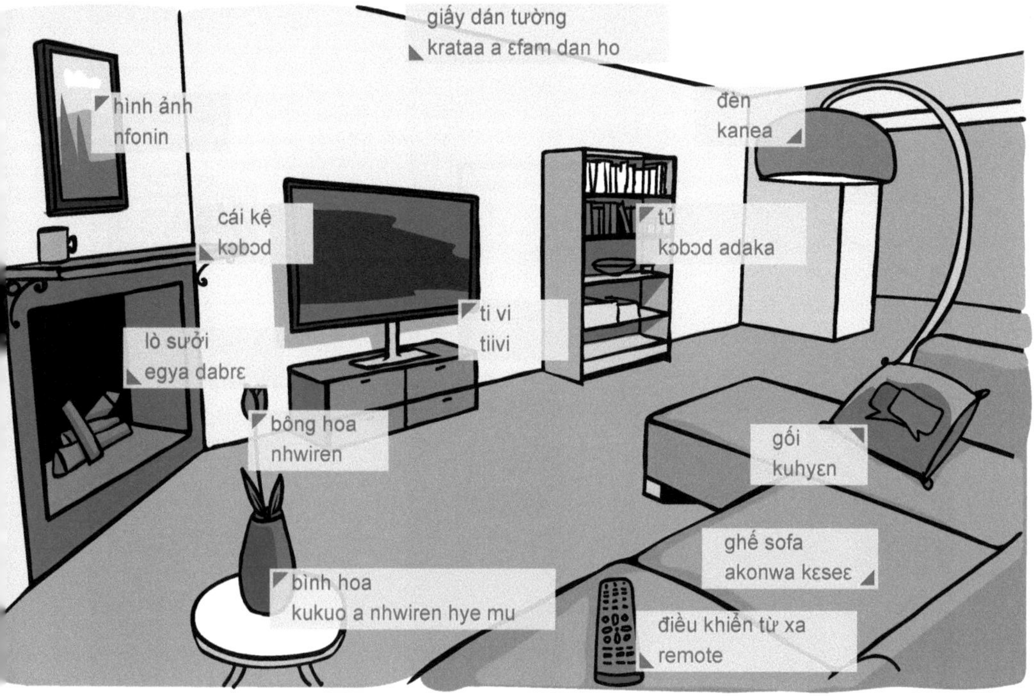

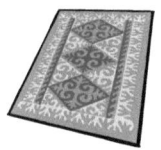

thảm

kapɛte

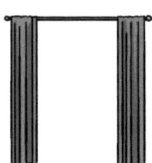

rèm

ntwaa dan mu

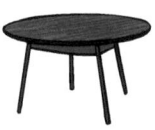

cái bàn

ɛpono

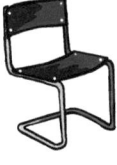

ghế

akonwa

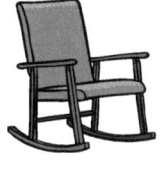

ghế bập bênh

akonwa a ehinhim

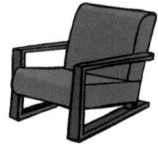

ghế bành

akonwa a yɛgyegye dan

sách

nwoma

cái chăn

kuntu

đồ trang trí

dan mu nsiesie

củi

egya

phim

sini

máy hi-fi

wailɛs

chìa khóa

safoa

báo

koowaa krataa

bức tranh

nfonin a y'adwi

áp phích

nfam danho

radio

radio

sổ ghi chép

krataa a yɛ twere mu

máy hút bụi

afidie a ɛprapra

cây xương rồng

kaktus

cây nến

kyɛnere

bếp
mukaase

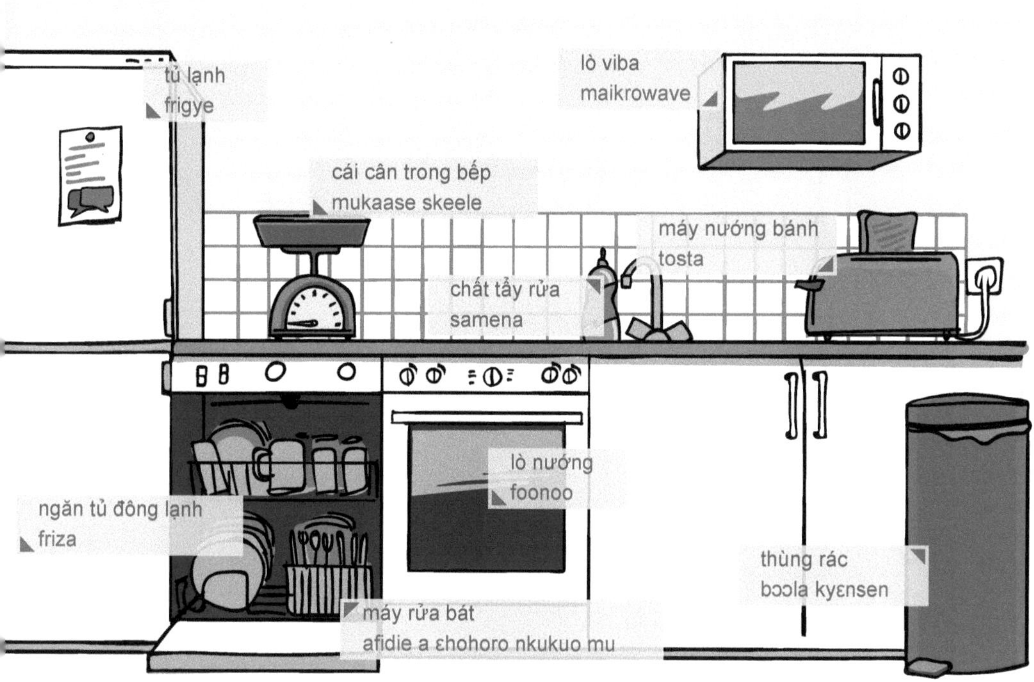
tủ lạnh
frigye
lò viba
maikrowave
cái cân trong bếp
mukaase skeele
máy nướng bánh
tosta
chất tẩy rửa
samena
lò nướng
foonoo
ngăn tủ đông lạnh
friza
thùng rác
bɔɔla kyɛnsen
máy rửa bát
afidie a ɛhohoro nkukuo mu

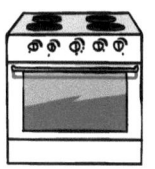

lò nấu

abɛɛfo bukyea

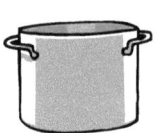

nồi

kokuo

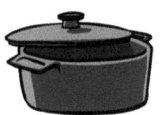

nồi sắt

dadesɛn

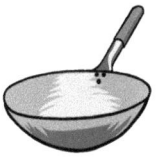

chảo

wok / kadai

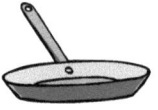

chảo

kyɛnsee

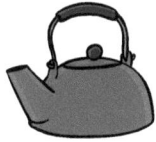

ấm đun nước

nsuo hyeɛ afidie

nồi đun hơi
....
stiima

khay lò nướng
....
apa a yɛ to so adeɛ

bát đĩa
....
prɛte, kuruwa, ntere ne nea ɛkeka ho

cốc
....
kuruwa a etumi bɔ

cái bát
....
kyɛnsee

đũa
....
nnua a yɛde didi

cái vá
....
kwantre

bàn xẻng
....
dua atere

que đánh kem
....
yɛde nu adeɛ mu

rây dùng trong bếp
....
sɔneɛ

cái rây lọc
....
fefe

cái nạo
....
greta

vữa
....
waduro

vỉ nướng
....
kyinkyinga

ngọn lửa trần
....
bukyea

cái thớt

ɛpono a yɛ twitwaso adeɛ

trục cán bột

ɛta

cái mở nút chai

deɛ yɛtu nsa so

vỏ đồ hộp

konko

cái mở vỏ đồ hộp

deɛ yɛde bue konko so

miếng nhấc nồi

yɛde sɔ kukuo mu

bồn rửa bát

sink

bàn chải

brɔhye

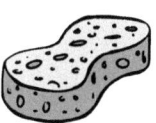

miếng xốp

sapɔ

máy xay

aduane yam fidie

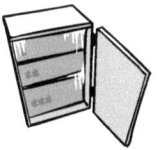

tủ đông lạnh

friza nini

bình sữa cho trẻ sơ sinh

toa a abɔdoma nom ano

vòi nước

paipo

phòng tắm

adwareɛ

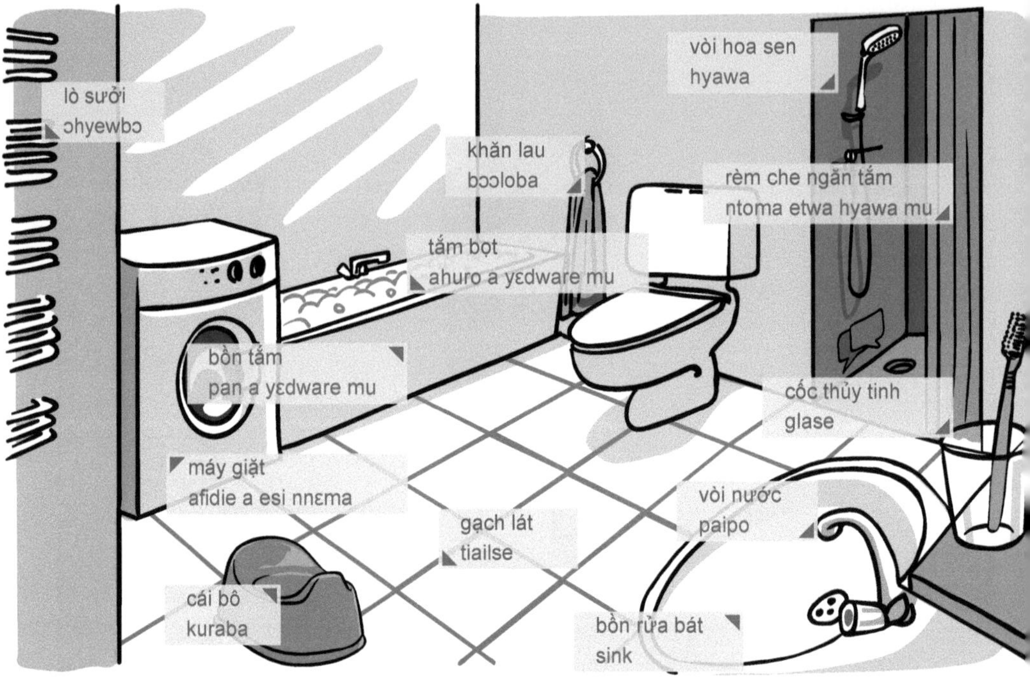

lò sưởi
ɔhyewbɔ
khăn lau
bɔɔloba
vòi hoa sen
hyawa
rèm che ngăn tắm
ntoma etwa hyawa mu
tắm bọt
ahuro a yɛdware mu
bồn tắm
pan a yɛdware mu
cốc thủy tinh
glase
máy giặt
afidie a esi nnɛma
vòi nước
paipo
gạch lát
tiailse
cái bô
kuraba
bồn rửa bát
sink

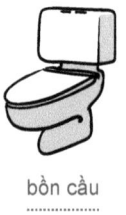

bồn cầu

teɛfi

bồn cầu ngồi xổm

teɛfi a yɛ koto so

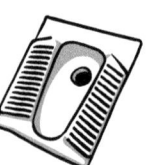

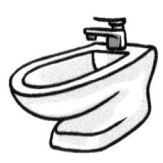

bồn rửa hậu môn

bidet teɛfi

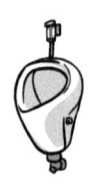

bồn tiểu tiện

dwonsɔ dan

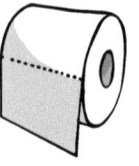

giấy vệ sinh

teɛfi so krataa

bàn chải cọ bồn cầu

teɛfi so brɔhye

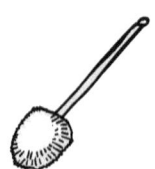

bàn chải đánh răng

brɔhye a yɛde twitwiri see

kem đánh răng

aduro a yɛde twitwiri see

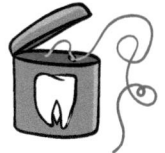

chỉ nha khoa

yɛde yiyi ɛsee mu

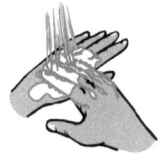

rửa

si

vòi sen cầm tay

hyawa a yɛsɔ mu

vòi rửa hậu môn

paipo a yɛde hohoro ananmu

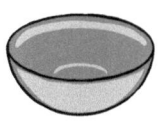

bồn rửa

bokiti

bàn chải cọ lưng

brɔhye a wode dware w'akyi

xà phòng

samena

sữa tắm

hyawa samena

dầu gội

nsuo samena

khăn cọ để tắm

flanɛl ntoma

lỗ thoát nước

baabi a nsu fa pue

kem

nku

chất khử mùi

yɛde fefa amotoamu

gương

ahwehwɛ

gương tay

ahwehwɛ a yɛsɔ mu

dao cạo râu

bled

kem cạo râu

ahuro a yɛde yi nwi

nước thơm dùng sau khi cạo râu

aduro a yɛde fefa baabi a wo ayi nwi

cái lược

afen

bàn chải

brɔhye

máy xấy tóc

afidie a ɛwo nwi

keo xịt tóc

enwi sopre

đồ trang điểm

pɔns

thỏi son môi

lipstike

sơn bôi móng

penti a yɛde mɔreɛ so

bông

asaawa

kéo cắt móng

apasoɔ a etwa mmɔreɛ

nước hoa

aduhwam

túi đựng đồ tắm

adwareɛ baage

ghế đẩu

edwa

cái cân

skele

áo choàng tắm

adwereɛ ataadeɛ

găng tay làm vệ sinh

rɔba a yɛde hyɛ nsa ho

nút gạc

tampon

băng vệ sinh

abɛɛfo amonsen

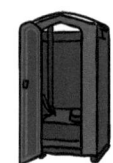

nhà vệ sinh hóa chất

teɛfi a aduro gum

phòng trẻ em

nkwadaa dan mu

đồng hồ báo thức
klɔk a ɛbɔ nkaeɛ
thú bông
kyoobi
xe đồ chơi
toi kaa
cái lúc lắc
akasaa
nhà búp bê
broniba dan
món quà
seeseiara

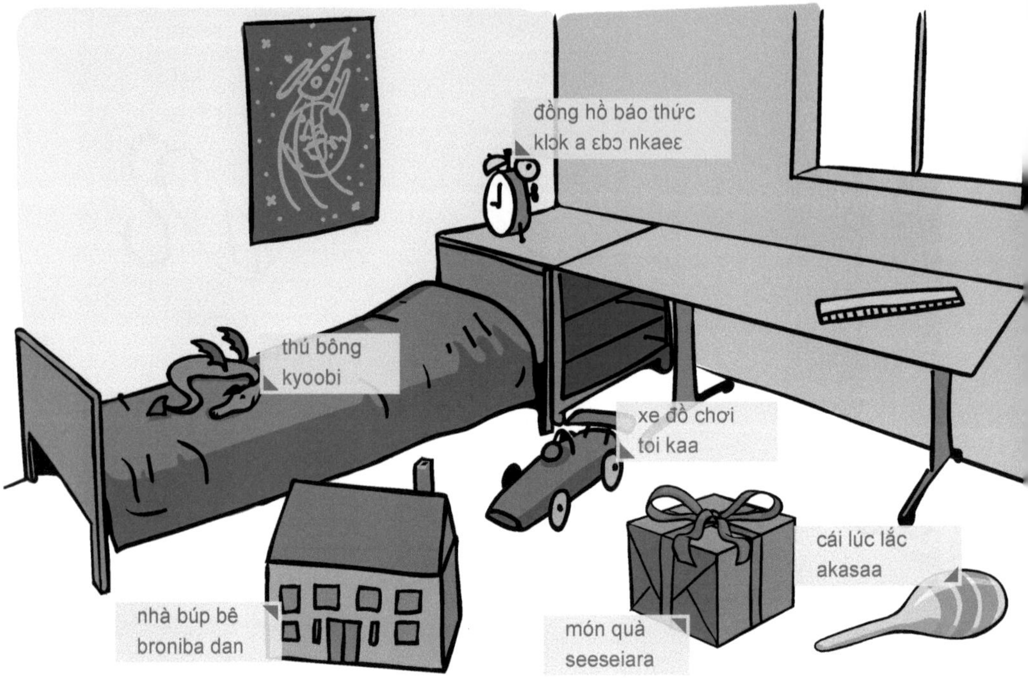

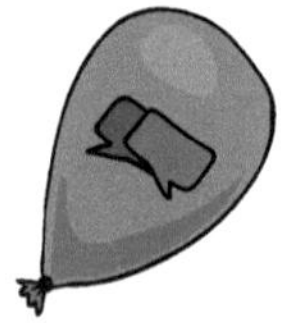

bong bóng

baaluu

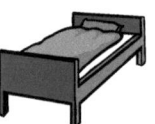

giường

mpa

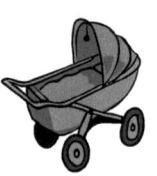

xe nôi

nkwadaa kaa

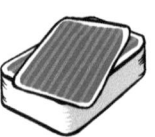

trò chơi bài

sopaa

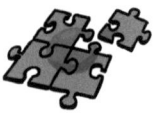

trò chơi ghép hình

gyiksɔɔ

SUPER
MEGA

truyện tranh

nsɛnkwa

gạch Lego

lego blɔg

khối xếp hình

blɔg a yɛde si dan

nhân vật hành động

nnipa ɔbɔhye

áo liền quần cho trẻ sơ sinh

abɔdoma ataadeɛ

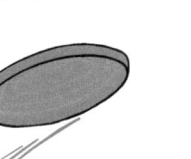

đĩa nhựa để ném

frisbee

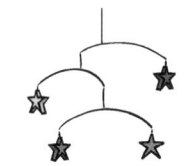

đồ chơi treo trên giường

mobail

trò chơi cờ bàn

ponoso agodie

xúc xắc

daahye

đồ chơi xe lửa mô hình

nkwadaa keteke

ti giả

koliko

buổi tiệc

apontoɔ

sách tranh

nfonin nwoma

quả bóng

bɔɔlo

búp bê

broniba

chơi

di agorɔ

hố cát

anwea adaka

cái đu

adonko

đồ chơi

tois

máy chơi game cầm tay

video agodie apaawa

xe ba bánh

sakre a ne nan meɛnsa

gấu bông

kyoobi

tủ quần áo

wɔdropo

y phục
ntaadeɛ

bít tất

sɔks

bít tất dài

stokens

quần tất

sekentait

khăn choàng cổ
duku

ô che mưa
kyiniɛɛ

dây thắt lưng
bɛlɛte

áp phông
t-hyɛɛt

giày sneaker
kamboo

ủng
mpaboa

dép đi trong nhà
kyalewate

dép xăng đan
asopatre

giày
mpoboa

ủng cao su
rɔba mpaboa

quần lót
ɛtam

áo ngực
bra

áo vest
singlɛte

y phục - ntaadeɛ

áo ôm sát cơ thể

nipadua

quần dài

trɔsa

quần bò

gyins

váy

sekɛɛt

áo cánh

ɛsoro ataadeɛ

áo sơ mi

hyɛɛte

áo len chui đầu

nkatoho a ɛko awɔ

áo len

hoodie

áo blazer

koot

áo jacket

nkatasɔɔ

áo khoác

nkatasɔɔ

áo mưa

nsutɔ mu nkataho

trang phục

dwumadie bi ho ataadeɛ

áo váy

mmaa atadeɛ

áo cưới

ayefrɔ ataadeɛ

bộ com lê
kootu

áo ngủ
mmaa ataadeɛ a yɛde da

pijama
pigyamas ataadeɛ

trang phục sari
sari

khăn trùm đầu
duku

khăn đội đầu
abotire

áo burka
burka

áo captan
kaftan

áo aba
nkramofoɔ mmaa atadeɛ

quần áo bơi
ataadeɛ a yɛde dware nsuo

quần bơi
asenemu ataadeɛ

quần đùi
nika

quần áo tracksuit
agokansie ntaadeɛ

tạp dề
akatasoɔ

găng tay
nsa nkataho

cái cúc

bɔtom

kính mắt

sopɛɛse

vòng đeo tay

ahwneɛ

vòng cổ

komadeɛ

nhẫn

kawa

hoa tai

asomadeɛ

mũ lưỡi trai

ɛkyɛ

cái mắc treo áo quần

yɛde koot sɛn so

mũ

ɛkyɛ

cà vạt

abɔmene mu

dây kéo phéc mơ tuya

zip

mũ bảo hiểm

ɛkyɛ denden

dây đeo quần

bresis

đồng phục học sinh

sukuu ataadeɛ

đồng phục

adwuma ataadeɛ

yếm trẻ em
mmɔfra bib

ti giả
koliko

tã lót
nkwadaa napken

văn phòng

asoeɛ

máy chủ
sɛɛva

tủ hồ sơ
kabenɛt

máy in
printa

giấy
krataa

màn hình
monita

chuột máy tính
Maws

bàn làm việc
ɛpono a yɛyɛ so adwuma

thư mục
nhyemu

bàn phím
ntwerɛɛɛ pono

g rác giấy
ɛn a yɛde krataa nwura gu mu

máy tính
komputa

ghế
akonwa

cốc cà phê
kɔfe kuruwa

máy tính bỏ túi
akontabuo fidie

internet
intanɛt

laptop

laptop

thư

lɛta

tin nhắn

nkratɔɔ

điện thoại di động

mobail kasafidie

mạng

nɛtwɛke

máy photocopy

fotokɔpi

phần mềm

softwɛɛ

điện thoại

tetefon

ổ cắm điện

sɔkɛt

máy fax

faks afidie

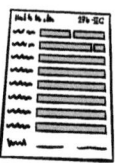

mẫu đơn

katraa

chứng từ

nkrataa

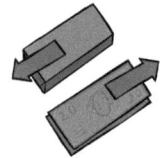

mua
....
tɔ

trả tiền
....
tua

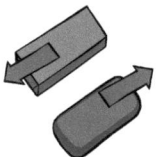

buôn bán
....
di dwa

tiền
....
sika

đô la
....
dollar

Euro
....
euro

yên
....
yen

rúp
....
rubel

franc Thụy Sĩ
....
Swiss franks

nhân dân tệ
....
renminbi yuan

rupi
....
rupii

máy rút tiền tự động
....
baabi yɛtua sika

quầy đổi tiền

baabi a yɛ sesa sika

vàng

sika kɔkɔɔ

bạc

dwetɛ

dầu

now

năng lượng

ahɔɔden

giá tiền

ne bɔɔ

hợp đồng

kontragye

thuế

ɛtoɔ

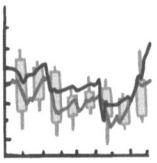

cổ phiếu

stɔk

làm việc

adwuma

nhân viên

adwumayɛni

chủ lao động

adwumawura

nhà máy

mfididwuma mu

cửa hiệu

sotɔɔ

nghề nghiệp

nwuma ahodoɔ

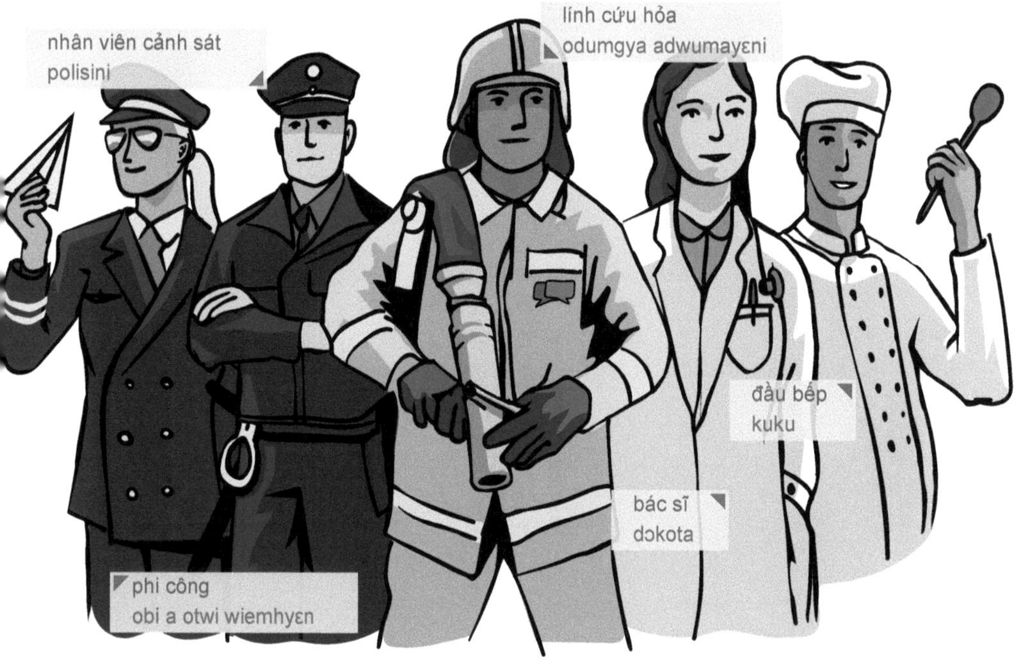

nhân viên cảnh sát
polisini
lính cứu hỏa
odumgya adwumayɛni
đầu bếp
kuku
bác sĩ
dɔkota
phi công
obi a otwi wiemhyɛn

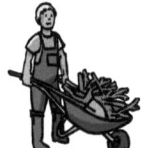

người làm vườn
....
ɔyɛ afuo

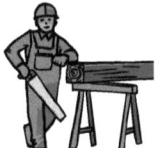

thợ mộc
....
dua dwomfoɔ

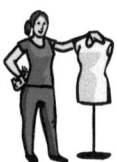

thợ may
....
adepani baa

chánh án
....
atɛnmuafoɔ

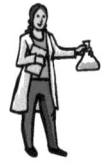

nhà hóa học
....
ɔtɔn nnuro

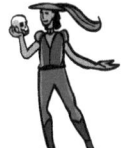

diễn viên
....
sini yɛfoɔ

tài xế xe buýt
....
bɔs drɔba

người lái taxi
....
taisi drɔba

ngư dân
....
ɔpofoɔ

người lau dọn vệ sinh
....
ɔbaa a osiesie fie

thợ lợp mái nhà
....
ɔbɔdanso

bồi bàn
....
ɔsom adidieɛ

thợ săn
....
bɔmɔfoɔ

họa sĩ
....
penta

thợ làm bánh
....
ɔto paano

thợ điện
....
ɔyɛ nkaneɛ ho adwuma

thợ xây dựng
....
ɔdansifoɔ

kỹ sư
....
inginia

người hàng thịt
....
ɔdwa nam

thợ sửa ống nước
....
plɔmba

người đưa thư
....
krataa manefoɔ

người lính

sogyani

kiến trúc sư

ɔdwi adan

nhân viên thu ngân

ɔgyegye sika

người bán hoa

ɔtɔn nhwiren

thợ cắt tóc

ɔyɛ tire

nhân viên soát vé

meeti

thợ cơ khí

fitani

thuyền trưởng

nnipa a otwi suhyɛn

nha sĩ

ɛsee dɔkota

nhà khoa học

abɔdeɛ mu nimdefoɔ

giáo sĩ Do thái

rabi

lãnh tụ Hồi giáo

kramo panin

nhà sư

ɔsɔfo

mục sư

osofo

dụng cụ
anwenade

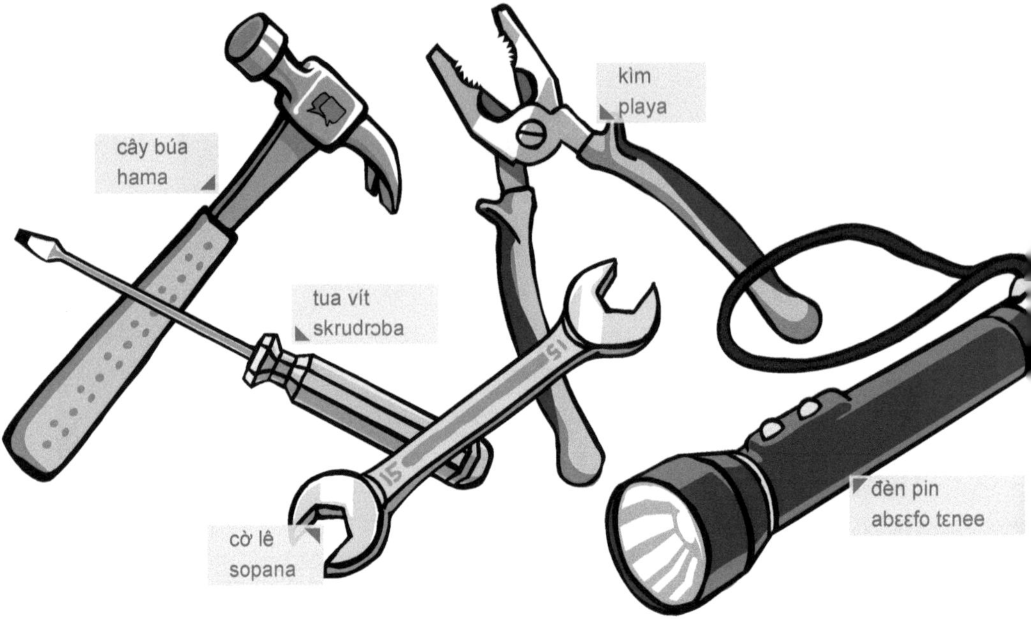
cây búa
hama
kìm
playa
tua vít
skrudrɔba
cờ lê
sopana
đèn pin
abɛɛfo tɛnee

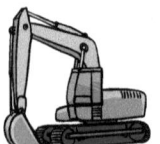

máy xúc đất

otu amena

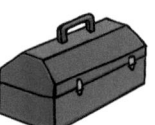

hộp dụng cụ

anwenade adaka

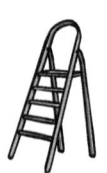

cái thang

atwedeɛ

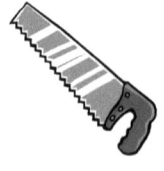

cưa

asradaa

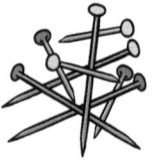

đinh

nnadewa

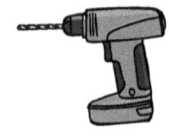

máy khoan

afidie a yɛde bɔne tokro

sửa chữa
siesie

cái xẻng
sofi

khốn nạn!
Ebei!

cái hót rác
asanwura

thùng sơn
penti kukuo

vít
skruu

nhạc cụ
nneɛma a yɛde bɔ nwom

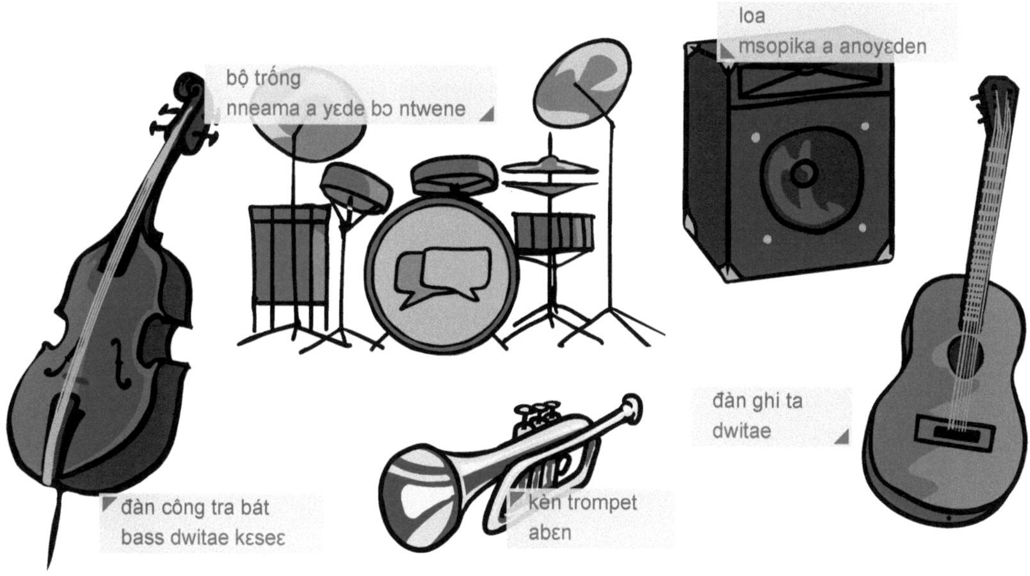

loa
msopika a anoyɛden

bộ trống
nneama a yɛde bɔ ntwene

đàn ghi ta
dwitae

đàn công tra bát
bass dwitae kɛseɛ

kèn trompet
abɛn

đàn piano

sankuo

đàn vĩ cầm

ahoma sankuo

ghi ta bass

bass dwitae

trống định âm

atumpan

trống

ntwene

đàn organ

ntwerɛeɛ apa

kèn Saxophone

saksofon

sáo

atentenbɛn

micro

maikrofon

vườn bách thú

zoo

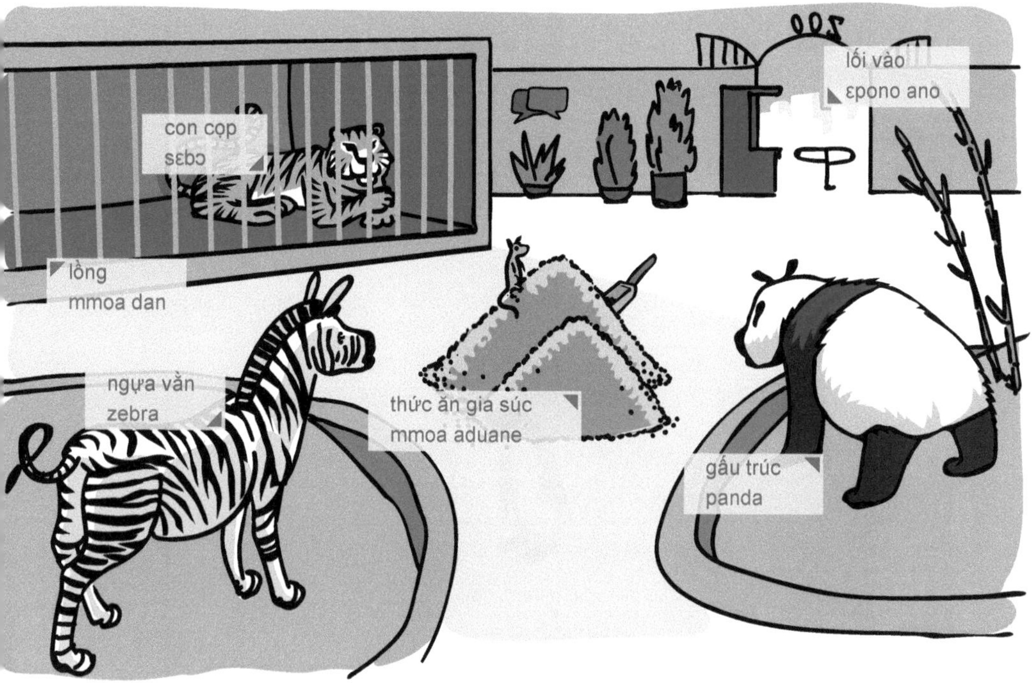

zoo
lối vào
ɛpono ano
con cọp
sɛbɔ
lồng
mmoa dan
ngựa vằn
zebra
thức ăn gia súc
mmoa aduane
gấu trúc
panda

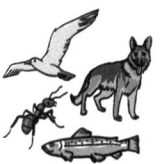

động vật

mmoa

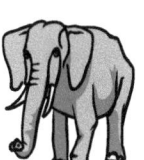

con voi

ɔsono

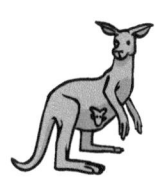

chuột túi

kangaru

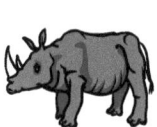

tê giác

raino

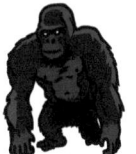

khỉ đột

akatea

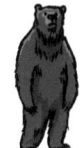

con gấu

sisire

lạc đà

afunupɔnkɔ

đà điểu

sohori

sư tử

gyata

con khỉ

adwee

hồng hạc

flamingo

con vẹt

ako

gấu bắc cực

awɔ mu sisire

chim cánh cụt

penguin

cá mập

oboodede

con công

akɔkonini abankwa

con rắn

wɔwɔ

cá sấu

dɛnkyɛm

người trông giữ vườn bách thú

nnipa ɛhwɛ zoo so

hải cẩu

nsuo mu gyata

báo đốm

sebɔ

60

ngựa lùn

pɔnkɔ ba

con báo

etwie

hà mã

susuono

hươu cao cổ

kɔntenten

đại bàng

ɔkɔdeɛ

heo rừng

kɔkɔte

cá

apataa

con rùa

sudandan

hải mã

walrus

con cáo

sakraman

linh dương

ɔtwee

bóng bầu dục Mỹ
Amerikafoɔ futbɔɔlo

đua xe đạp
skrɛ twie

quần vợt
tennis

bóng rổ
basketbɔɔlo

bơi
nsuom adwareɛ

đấm bốc
akutruku

khúc côn cầu trên băng
asukɔkyea so hɔki

bóng đá
futbɔl

cầu lông
badmintin

điền kinh
mirikatuo

bóng ném
bɔɔlo a yɛde nsa bɔ

trượt tuyết
skii

polo
polo

các hoạt động
nwumadie

cười
sere
nhảy
huri
ôm
bam
đi bộ
nante
ca hát
to dwom
mơ
so daeɛ
cầu nguyện
bɔ mpaeɛ
hôn
fe ano

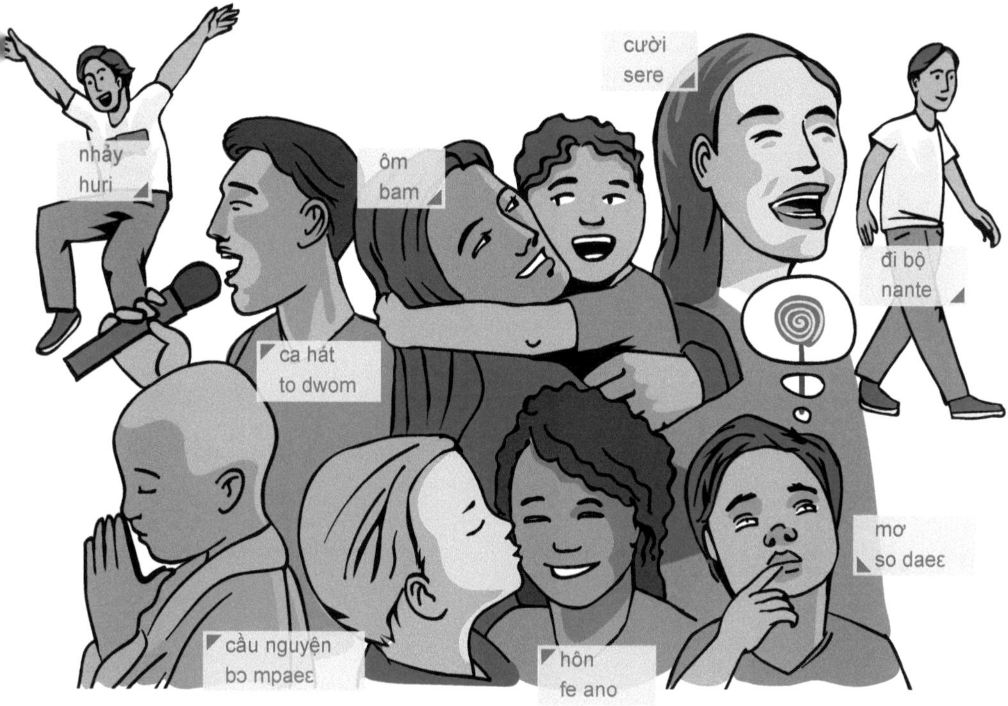

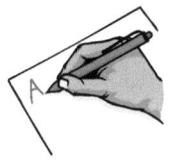

viết
twerɛ

vẽ
dwi

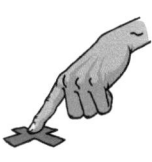

chỉ trỏ
kyerɛ

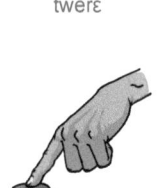

đẩy
pia

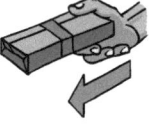

cho
ma

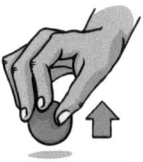

lấy đi
fa

có
nya

làm
yɛ

thì / là
yɛ

đứng
gyina

chạy
tu mirika

kéo
twe

ném
to

rơi
tɔ fam

nằm
da hɔ

chờ đợi
twɛn

mang vác
soa

ngồi
tenase

mặc quần áo
hyɛ ataadeɛ

ngủ
da

thức dậy
nyane

xem

hwɛ

khóc

su

vuốt ve

san ho

chải

nunum

nói chuyện

kasa

hiểu

te aseɛ

câu hỏi

bisa

nghe

tie

uống

nom

ăn

didi

dọn dẹp

yɛ nsiesie

yêu

ɔdɔ

nấu nướng

nɔa

lái xe

twi

bay

tu

đi thuyền buồm

fa nsuo so

tính toán

sese

đọc

kenkan

học

sua

làm việc

adwuma

cưới

ware

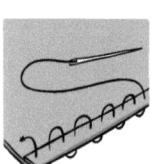

khâu vá

pam

đánh răng

twitwiri wo se

giết

kum

hút thuốc

nom gyɔt

gửi đi

mane

gia đình
abusua

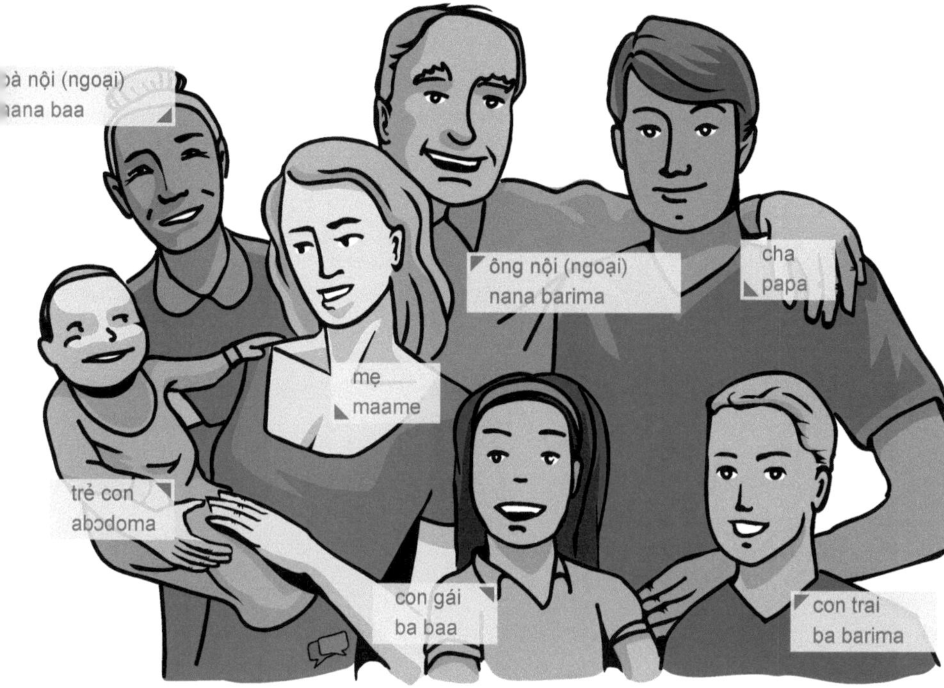

à nội (ngoại)
ana baa
ông nội (ngoại)
nana barima
cha
papa
mẹ
maame
trẻ con
abɔdoma
con gái
ba baa
con trai
ba barima

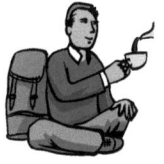

khách

ɔhɔhoɔ

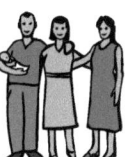

cô (dì)

sewaa

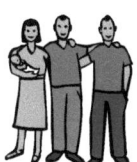

chú, bác (cậu)

wɔfa

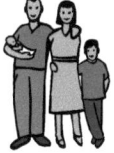

anh (em) trai

nua barima

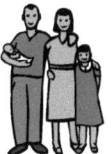

chị (em) gái

nua baa

cơ thể

nipadua

trán
moma
mắt
ani
mặt
anim
cằm
apantan
ngực
nufoɔ
ngón tay
nsatea
bàn tay
nsa
cánh tay
nsa
vai
abɛtire
chân
ɛnan

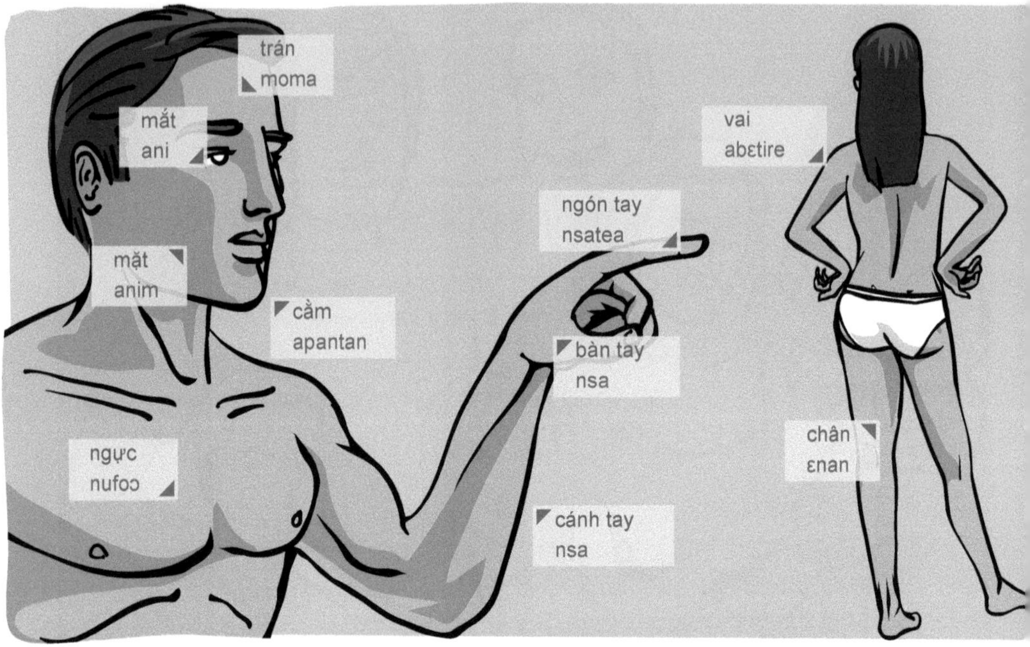

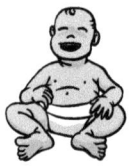

trẻ con

abɔdoma

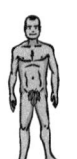

đàn ông

barima

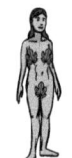

phụ nữ

ɔbaa

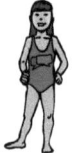

bé gái

abayewa

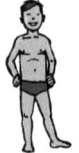

bé trai

abarimawa

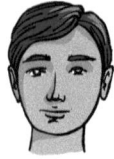

đầu

etire

lưng

akyi

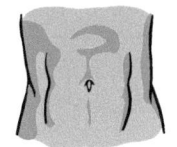

bụng

afro

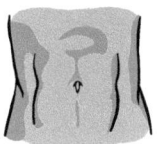

rốn

fruma

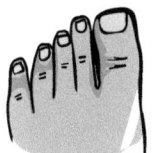

ngón chân

nansoa

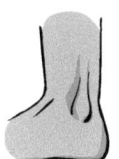

gót chân

nantini

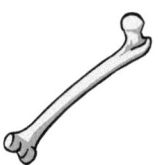

xương

dompe

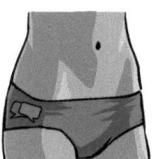

hông

ataasɔɔ

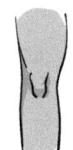

đầu gối

kotodwe

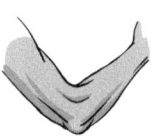

khuỷu tay

abatwɛ

mũi

ɛhwene

mông

ɛtoɔ

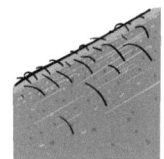

da

wedeɛ

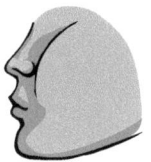

má

afono

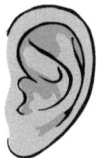

tai

aso

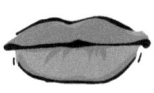

môi

ano

miệng

anom

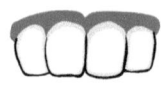

răng

ɛsee

lưỡi

tɛkyerɛma

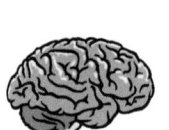

não

adwene

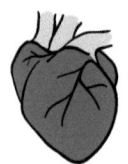

tim

akoma

cơ bắp

ntini

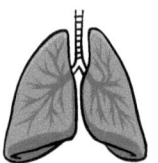

phổi

aharawa

gan

brɛbɔɔ

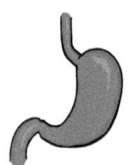

dạ dày

yafunu

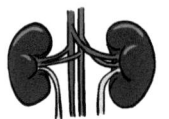

thận

asaa

giao hợp

nna

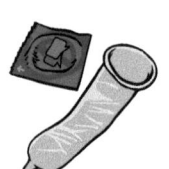

bao cao su

kɔndɔm

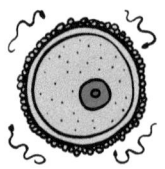

noãn

ɔbaa nkosua

tinh dịch

barima ho nsuo

mang thai

nyinsɛn

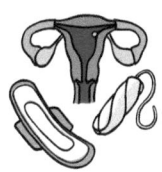

kinh nguyệt

nsabuo

âm vật

ɛtwɛ

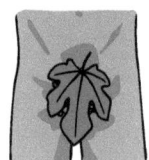

dương vật

kɔteɛ

lông mày

anintɔn

tóc

enwin

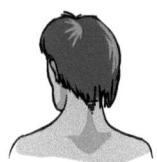

cổ

ɛkɔn

bệnh viện
ayaresabea

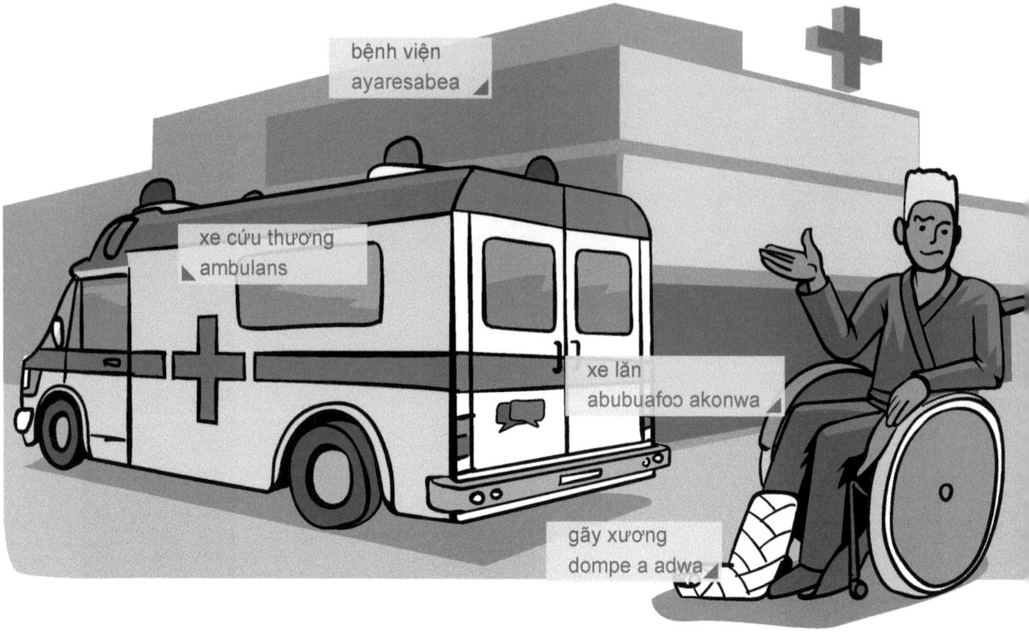

bệnh viện
ayaresabea
xe cứu thương
ambulans
xe lăn
abubuafoɔ akonwa
gãy xương
dompe a adwa

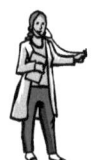

bác sĩ

dɔkota

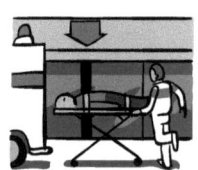

phòng cấp cứu

ɛdan a wɔde putupru nsɛm kɔmu

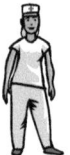

y tá

nɛɛse

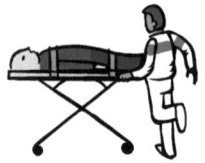

cấp cứu

putupru

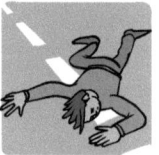

bất tỉnh

wɔ atwa ahwe

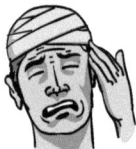

cơn đau

yea

bị thương
epira

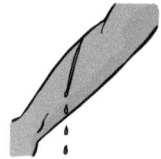
chảy máu
mogyatuo

nhồi máu cơ tim
akoma yarenini

đột quỵ
stroke yareɛ

dị ứng
allegyi

ho
ɛwa

sốt
ahoɔhyeɛ

cúm
papu

tiêu chảy
ayamtuo

đau đầu
tipaeɛ

ung thư
kokoram

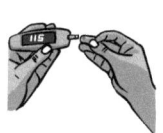
bệnh tiểu đường
asikyire yareɛ

bác sĩ phẫu thuật
dɔkota a ɛyɛ oprehyɛn

dao mổ
skapɛl sekan

giải phẫu
aprehyɛn

chụp cắt lớp

CT

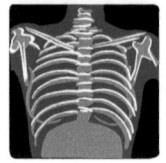

chụp x-quang

x-ray

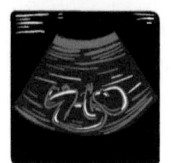

siêu âm

ultrasound

mặt nạ

nkatanim

bệnh

yareɛ

phòng đợi

ɛdan a wɔ twɛn mu

cái nạng

krɔhyes

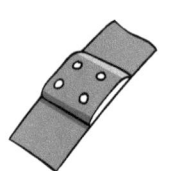

băng dán vết thương

plasta

băng bó

banege

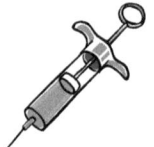

tiêm thuốc

panɛɛ

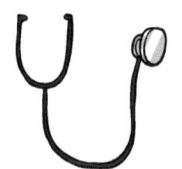

ống nghe khám bệnh

Stetoskop

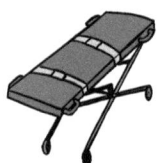

băng ca

ahomankaa

nhiệt kế

afidie a esusu ahoɔhyeɛ

sinh đẻ

awoɔ

thừa cân

kɛseɛ mmorosoɔ

máy trợ thính

afidie a ɛboa asɛmtie

chất khử trùng

aduro a ekum mmoawa

nhiễm trùng

yareɛ a mmoawa deba

vi rút

vaarɔs

HIV / AIDS

HIV / AIDS

thuốc

aduro

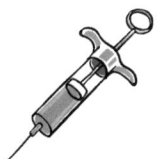

tiêm chủng

aduro a esi yareɛ ano

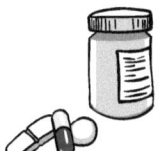

thuốc viên

aduro tablɛte

viên thuốc

topaeɛ

gọi cấp cứu

ɔfrɛ wɔ putupru so

máy đo huyết áp

afidie a esusu mogya mmrosoɔ

bệnh / khỏe mạnh

yareɛ / apomuden

cứu!

Boa me!

báo động

kɔkɔbɔ

cuộc đột kích

ɛborɔ

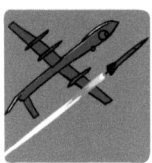

sự tấn công

ato ahyɛ obi so

mối nguy hiểm

ɛyɛ hu

lối thoát hiểm

baabi a yɛfa de pue putupru so

cháy!

Ogya!

bình chữa cháy

afidie a yɛde dumgya

tai nạn

nkwanhyia

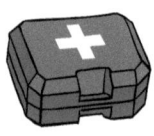

bộ dụng cụ sơ cứu

nneɛma yɛde sɔ yareɛ ano

SOS

SOS

cảnh sát

polisi

châu Âu

Yuropo

Bắc Mỹ

Amerika atifi

Nam Mỹ

Amerika ananfoɔ

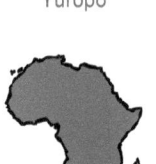

châu Phi

Abiberm

châu Á

Asia

châu Úc

Australia

Đại Tây Dương

Atlantik

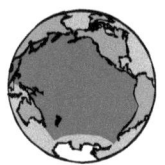

Thái Bình Dương

Pasifek

Ấn Độ Dương

India po kɛseɛ

Nam Cực Dương

Antaatek po keseɛ

Bắc Băng Dương

Aatek po kɛseɛ

bắc cực

Ewiase atifi

nam cực

Ewiase anaafoɔ

nam cực

Antaatek

trái đất

Ewiase

đất liền

asaase

biển

ɛpo

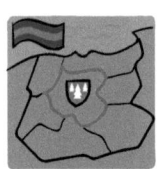

đảo

supɔ

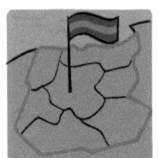

quốc gia

ɔman

nhà nước

ɔman

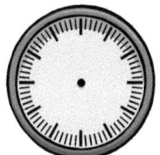

mặt đồng hồ

kloko no anim

kim chỉ giờ

donhwere nsa no

kim chỉ phút

sima nsa

kim chỉ giây

anitɛtɛ nsa no

Bây giờ là mấy giờ?

Abɔ sɛn?

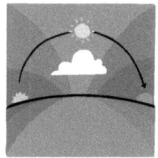

ngày

da

thời gian

berɛ

bây giờ

seeseiara

đồng hồ điện tử

wkye a nɔma wɔ so

phút

sima

giờ

donhwere

tuần lễ
nnawɔtwe

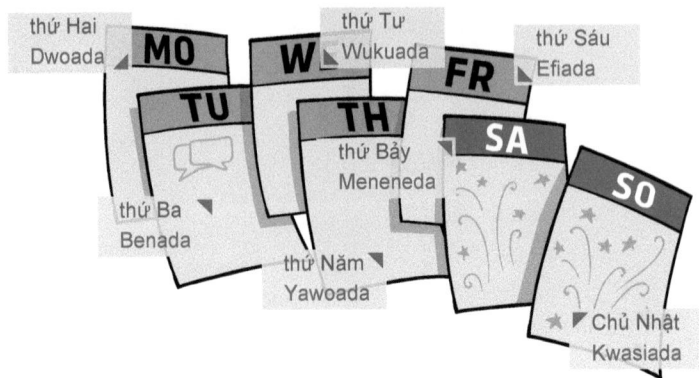

thứ Hai
Dwoada

thứ Tư
Wukuada

thứ Sáu
Efiada

thứ Ba
Benada

thứ Bảy
Meneneda

thứ Năm
Yawoada

Chủ Nhật
Kwasiada

hôm qua

ɛnora

hôm nay

ɛnora

ngày mai

ɔkyina

buổi sáng

anɔpa

buổi trưa

prɛmtobrɛ

buổi tối

anwumerɛ

MO	TU	WE	TH	FR	SA	SU
1	2	3	4	5	6	7
8	9	10	11	12	13	14
15	16	17	18	19	20	21
22	23	24	25	26	27	28
29	30	31	1	2	3	4

ngày làm việc

adwuma nna

MO	TU	WE	TH	FR	SA	SU
1	2	3	4	5	6	7
8	9	10	11	12	13	14
15	16	17	18	19	20	21
22	23	24	25	26	27	28
29	30	31	1	2	3	4

cuối tuần

nnawɔtwe awieɛ

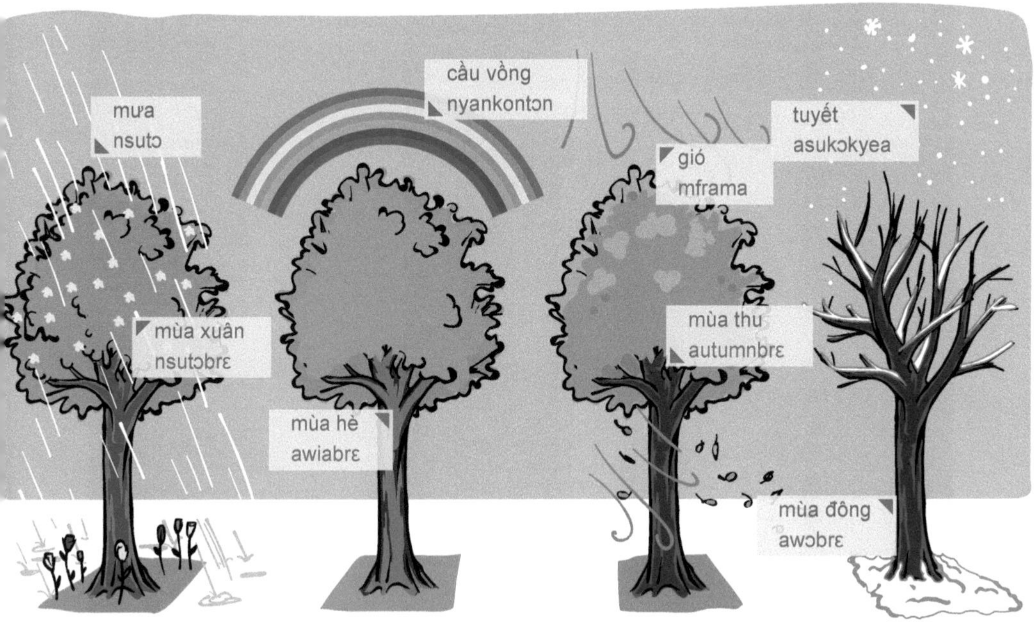

mưa
nsutɔ

cầu vồng
nyankontɔn

tuyết
asukɔkyea

gió
mframa

mùa xuân
nsutɔbrɛ

mùa thu
autumnbrɛ

mùa hè
awiabrɛ

mùa đông
awɔbrɛ

dự báo thời tiết
ewiem nsakrɛeɛ

nhiệt kế
afidie a esusu ade ho hyeɛ

ánh nắng
awiabɔ

mây
munukum

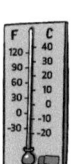

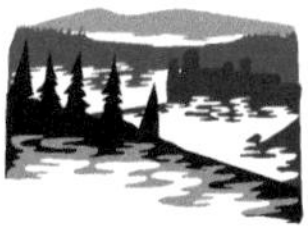

sương mù
ɛbɔ

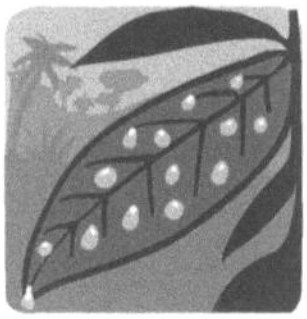

độ ẩm không khí
ewiem nsuo

tia chớp

ayerɛmo

sấm sét

apranaa

cơn bão

ehum

mưa đá

asukɔkyea

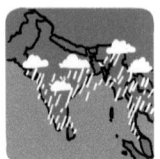

gió mùa

monsoonbrɛ

lũ lụt

nsuyiri

nước đá

aise

tháng Một

ɔpɛpɔn

tháng Hai

ɔgyefoɔ

tháng Ba

ɔbɛnem

tháng Tư

Oforisuo

tháng Năm

Kotonimaa

tháng Sáu

Ayɛwohomumu

tháng Bảy

Kitawonsa

tháng Tám

ɔsanaa

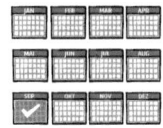

tháng Chín

εbɔ

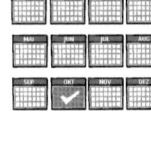

tháng Mười

Ahinime

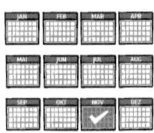

tháng Mười Một

Obubuo

tháng Mười Hai

ɔpɛnimaa

hình dạng
abosuo

hình tròn

kanko

hình vuông

sokwɛɛ

hình chữ nhật

rɛktangel

hình tam giác

triangel

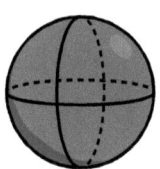

hình cầu

krukruwa

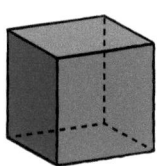

khối vuông

adaka

màu trắng

fitaa

màu vàng

akokɔ sradeɛ

màu cam

ankaa

màu hồng

pink

màu đỏ

kɔkɔɔ

màu tím

pɛpol

màu xanh dương

bruu

màu xanh lá cây

ahaban mono

màu nâu

braun

màu xám

nson

màu đen

tuntum

nhiều / ít

pii / ketewa

tức tối / điềm tĩnh

wo boafu / wɔ adwo

xinh đẹp / xấu xí

ɛyɛ fɛ / ɛyɛ tan

bắt đầu / kết thúc

ahyɛseɛ / awieɛ

to / nhỏ

kɛseɛ / esua

sáng / tối

ɛha / esum

anh (em) trai / chị (em) gái

nuabarima / nuabaa

sạch / bẩn

ɛho te / ayɛ fin

đủ / thiếu

awie / enwieɛ

ngày / đêm

awia / anadwo

chết / sống

awu / ɛte ase

rộng / chật hẹp

emubae / ɛyɛ tea

ăn được / không ăn được

yɛde /yɛnni

ác / tử tế

bɔne / tema

hào hứng / chán nản

wɔ aniagye / wɔ ani nka

béo / gầy

ɔso / teatea

đầu tiên / cuối cùng

edikan / etwatɔɔ

bạn / thù

adamfoɔ / atamfo

đầy / rỗng

ayɛ mma / hwee nim

cứng / mềm

ɛdenden / mmerɛ mmerɛ

nặng / nhẹ

ɛyɛ duru / ɛyɛ ha

đói / khát

ɛkɔm / nsukɔm

bệnh / khỏe mạnh

yareɛ / apomuden

bất hợp pháp / hợp pháp

etia mmara / ɛwɔ mmara mu

thông minh / ngu

nyansa / gyimi

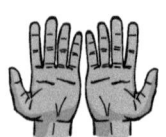

trái / phải

benkum / nifa

gần / xa

ɛbɛn / akyire

mới / cũ
foforɔ / dada

không có gì cả / có cái gì đó
hwee / biribi

già / trẻ
wɔ anyini/ ɔsua

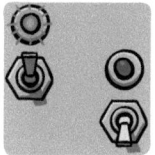

bật / tắc
sɔ /dum

mở / đóng
bue / tom

im lặng / ồn ào
dinn / dede

giàu / nghèo
ɔdefoɔ / ohia

đúng / sai
nifa / benkum

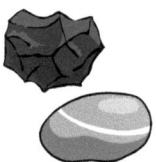

sần sùi / mịn màng
werewerɛwerewerɛ /
trontron

buồn / vui
awerɛhoɔ / anigyeɛ

ngắn / dài
tietia / tenten

chậm / nhanh
nyaa / ntɛm

ẩm ướt / khô ráo
afɔ / awɔ

ấm áp / mát mẻ
dedɛɛdeɛɛ / adwo

chiến tranh / hòa bình
akoo / asomdweɛ

đối lập - abirabɔ   87

0

số không
hwee

1

một
baako

2

hai
mienu

3

ba
meɛnsa

4

bốn
ɛnan

5

năm
enum

6

sáu
nsia

7

bảy
nson

8

tám
nwɔtwe

9

chín
nkron

10

mười
edu

11

mười một
du-baako

12
mười hai
du-mienu

13
mười ba
du-meɛnsa

14
mười bốn
du-nan

15
mười lăm
du-num

16
mười sáu
du-nsia

17
mười bảy
de-nson

18
mười tám
du-nwɔtwe

19
mười chín
du-nkron

20
hai mươi
aduonu

100
một trăm
ɔha

1.000
một ngàn
apem

1.000.000
một triệu
ɔpepem

tiếng Anh

Brɔfo

tiếng Anh Mỹ

Amerikafoɔ Brɔfo

tiếng Quan Thoại

Chainfoɔ Mandarin

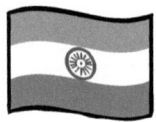

tiếng Hin-di

Hindi

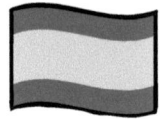

tiếng Tây Ban Nha

Spainfoɔ kasa

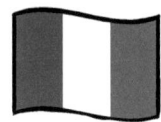

tiếng Pháp

French kasa

tiếng Ả-rập

Arabia kasa

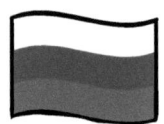

tiếng Nga

Russianfoɔ kasa

tiếng Bồ Đào Nha

Portugalfoɔ kasa

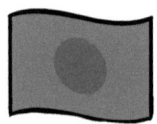

tiếng Bengal

Bengali

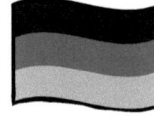

tiếng Đức

Germanfoɔ kasa

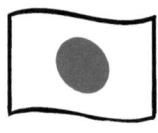

tiếng Nhật

Japanfoɔ kasa

tôi

Me

bạn

wo

anh ta / cô ta / nó

ono

chúng tôi

yɛn

các bạn

wo

họ

ɔmmo

ai?

hwan?

cái gì?

deɛ bɛn?

như thế nào?

ɛyɛ deɛn?

ở đâu?

ehen?

lúc nào?

dabɛn?

tên

edin

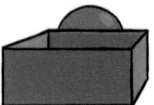

phía sau

akyire

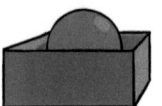

ở trong

emu

phía trước

anim

phía trên

εsoro

ở trên

εso

ở dưới

aseε

bên cạnh

nkyεn

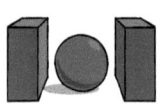

ở giữa

ntεm

chỗ

beaε